സ്നേഹശാസ്ത്രം

കീച്ചേരിൽ ശങ്കരപ്പിള്ള

കീച്ചേരിൽ ശ്രീധരൻപിള്ളയുടെയും രാജമ്മയുടെയും മകനായി 1945-ൽ കണ്ടല്ലൂരിൽ ജനനം. കോളേജ് വിദ്യാഭ്യാസത്തിനു ശേഷം സർക്കാർ സർവ്വീസിൽ പ്രവേശിച്ചു. വിദ്യാഭ്യാസ വകുപ്പിൽ സീനിയർ അഡ്മിനിസ്ട്രേറ്റീവ് അസിസ്റ്റന്റ് ആയി വിരമിച്ചു. ജില്ലാ ലൈബ്രറി കൗൺസിൽ അംഗം, പെൻഷനേഴ്സ് യൂണിയൻ യൂണിറ്റ് പ്രസിഡന്റ്, കാരുണ്യസ്പർശം പാലിയേറ്റീവ് സൊസൈറ്റി പ്രസിഡന്റ് എന്നീ നിലകളിൽ പ്രവർത്തിച്ചു വരുന്നു. 'അടയാളങ്ങൾ' ആദ്യകഥാസമാഹാരമാണ്.

ഭാര്യ: ലീല

മക്കൾ: അമ്പിളി ശങ്കർ, ആശ ശങ്കർ.

വിലാസം:

കീച്ചേരിൽ കണ്ടല്ലൂർ വടക്ക്

പുതിയവിള പി. ഒ

കായംകുളം 690531

ഫോൺ: 94961 55626

കീച്ചേരിൽ ശങ്കരപ്പിള്ള

സ്നേഹശാസ്ത്രം

കവിതാസമാഹാരം

മാക്സ് ബുക്സ്
2023

Snehasastram
By: Keecheril Sankarapillai
Malayalam Poems

Published by:-
MAX BOOKS
Maxlive Media Solutions Pvt Ltd.
Muppathiyil Building, Muttambalom Post,
Kanjikuzhy, Kottayam 686 004
maxlivemediasolutions@gmail.com
maxbookskerala@gmail.com
Ph: 90740 98776

Printed in India
at Max, Kottayam

Cover: Maxlab

Edition:
First Editon May 2023
Copies: 1000

ISBN: 978-93-91085-87-2

പ്രസാധകക്കുറിപ്പ്

സ്നേഹത്തെക്കുറിച്ച് പാടാത്ത കവികളില്ല. കീച്ചേരിൽ ശങ്കര പ്പിള്ള എന്ന കവിയും സ്നേഹത്തിന്റെ മഹത്വത്തെ തിരിച്ചറിയുക യാണ്. സ്നേഹശാസ്ത്രത്തിലെ കവിതകളിൽ തെളിയുന്നത് വിശ്വപ്രേമവും മാനവികതയുമാണ്. ലളിതമായ ആഖ്യാനത്തി ലൂടെ ഗഹനമായ ജീവിതവീക്ഷണം അവതരിപ്പിച്ചിരിക്കുന്ന കവി തകൾ ആണ് ഈ സമാഹാരത്തിൽ ഉൾക്കൊള്ളിച്ചിരിക്കുന്നത്.

അജീഷ് ചന്ദ്രൻ
പ്രസാധകൻ

കവിതകൾ

സ്നേഹശാസ്ത്രത്തിനൊരാമുഖം

ദുർഗ മനോജ്

വിശദീകരണങ്ങൾ ആവശ്യമില്ലാത്ത, മുഖവുര വേണ്ടാത്ത ഒരു വാക്കാണ് സ്നേഹം. 'സ്നേഹമാണഖിലസാരമൂഴിയിൽ' എന്നു പാടിപ്പതിഞ്ഞ മനസ്സുകൾ ഇന്നും നമ്മുടെ നാട്ടിൽ അവശേഷിക്കുന്നുമുണ്ട്. അപ്പോഴും ഒരു സന്ദേഹം ബാക്കിയാണ്, എത്ര പേർക്കാണ് സ്നേഹമെന്നാൽ എന്തെന്നറിയുക? സ്നേഹം ഇന്നു കച്ചവടച്ചരക്കു പോലൊരു ഇമോഷണൽ ചരക്കാണ്. സ്നേഹം, കണക്കു പുസ്തകങ്ങളിൽ രേഖപ്പെടുത്തുന്ന ഒന്നാണ്. അതിനെപ്രതി മാത്രം അനന്തകാലം നീളുന്ന കലഹങ്ങൾ ഉണ്ടാകുന്ന കാലമാണ്. ആ സ്നേഹവും അഖിലലോകത്തും, സർവചരാചരങ്ങളിലും നിറയേണ്ടതുമായ സ്നേഹം എന്ന വികാരവും തമ്മിൽ ബന്ധമേതുമില്ല. അപ്പോൾ യഥാർത്ഥ സ്നേഹം എന്നൊരു വിശദീകരണം ആവശ്യമായി വരും. അങ്ങനെ അയഥാർത്ഥ സ്നേഹവും, യഥാർത്ഥസ്നേഹവും രണ്ടു വ്യത്യസ്ത വസ്തുതകളായി ഇന്ന് നമ്മുടെ മുന്നിലുണ്ട്. ഗർഭകാലത്തിന്റെ, നൊന്തു പെറ്റതിന്റെ, കുഞ്ഞായിരിക്കെ നൽകിയ മുലപ്പാലിന്റെ, വളർച്ചയുടെ ഘട്ടങ്ങളിൽ ഒഴുക്കിയ വിയർപ്പിന്റെ കണക്കുകൾ സ്നേഹത്തിന്റെ കണക്കായിട്ടാണു നാം എഴുതിച്ചേർക്കുക.

കുറച്ചുകൂടി വലുതാകുമ്പോൾ, പ്രണയത്തിനായി ചെലവിട്ട നിമിഷങ്ങൾക്കും, അതിനു ചെലവായ കാശിനും നമ്മൾ കണക്കുവെക്കും. ഇത്തരത്തിൽ അവസാനശ്വാസം വരെ സ്നേഹത്തിനായി കാട്ടിക്കൂട്ടിയ ഓരോ നീക്കവും എഴുതിവെയ്ക്കപ്പെടുമ്പോൾ അതു കണക്കപ്പിള്ളയുടെ ഒരിക്കലും അവസാനിക്കാത്ത കടങ്ങളുടെ പറ്റുപുസ്തകമായി മാറും. എന്നാൽ യഥാർത്ഥ സ്നേഹം മറ്റൊന്നാണ്. പിറന്നുവീഴുന്ന കുഞ്ഞിന്റെ മുഖമൊന്നു കാണുമ്പോൾ തോന്നുന്ന അനുഭൂതി മുതൽ സർവചരാചരങ്ങളോടും പ്രത്യേ

കിച്ച് ഒരു കണക്കിലും പെടുത്തേണ്ടതില്ലാത്ത സ്നേഹമാണത്. അവിടെ കൊടുക്കൽ വാങ്ങലുകളില്ല. ത്യാഗത്തിനു വിലയിടൽ നടത്തേണ്ടതില്ല, എന്തിന് ത്യാഗമെന്ന ഭാവം പോലുമില്ല. അത്തരം ഒരു എടുക്കൽ കൊടുക്കലുമില്ലാതെ ഉപാധികളില്ലാതെ പരസ്പരം ഏതൊരു ജീവിയോടും, പ്രകൃതിയോടും പകർന്നു കൊടുക്കേണ്ട സ്നേഹത്തെക്കുറിച്ചു മനുഷ്യർ പഠിക്കേണ്ടതും പഠിപ്പിക്കേണ്ടതുമുണ്ട്. അവിടെ സ്നേഹശാസ്ത്രം രൂപം കൊള്ളുന്നു.

ഇവിടെ, 'സ്നേഹശാസ്ത്ര'മെന്ന കവിതാ സമാഹാരം, മനുഷ്യർ കടന്നു പോകുന്ന പലവിധ കണക്കുകൾ, ത്യാഗങ്ങൾ എന്നിവയെക്കുറിച്ച് വ്യക്തമായ നിലപാട് സൂചിപ്പിക്കുന്നുണ്ട്. ഒപ്പം, നിർമല സ്നേഹമെന്തെന്നും അതിനെക്കുറിച്ചുള്ള കവിയുടെ നിലപാടും വെളിപ്പെടുത്തുന്നുണ്ട്. കീച്ചേരിൽ ശങ്കരപ്പിള്ള രചിച്ച ഈ കവിതാസമാഹാരത്തിൽ ആകെ മുപ്പത്തിമൂന്നു കവിതകളാണ് ഉള്ളത്.

അതിൽ ആറാമത്തെ കവിതയാണ് 'സ്നേഹശാസ്ത്രം'.

'നിന്നിലെ സ്നേഹമെത്രയ്ക്കു വളർന്നുവോ
നീയത്രമാത്രം വളർന്നിടുന്നു
നിന്നിലെ സ്നേഹമെത്രയ്ക്കു വളർന്നുവോ
ലോകമത്രയ്ക്കു ഗണിച്ചിടുന്നു

ഒറ്റച്ചരടിൽ കേരുക്കേണ്ട മാനുഷൻ
ജാതി-മതങ്ങളാൽ വേർതിരിപ്പൂ
കഷ്ടമിതെന്നിനി മാറിടും? മാറുമ്പോൾ
മാത്രമേ നമ്മൾ സഹോദരങ്ങൾ'

ഈ വരികൾ സ്നേഹശാസ്ത്രം എന്ന കവിതയിലേതാണ്. നിന്നിലെ സ്നേഹം എത്ര വളർന്നുവോ അത്രയും നീ വളർന്നു എന്നാണ് കവി പക്ഷം. ഈ ഒറ്റവരിയിൽ സ്നേഹശാസ്ത്രത്തിന്റെ വിശദീകരണം കവി മുന്നോട്ടുവയ്ക്കുകയാണ്. അതിൽ കവിതയുടെ അന്തഃസത്ത വളരെ കൈയടക്കത്തോടെ ഒതുക്കി ഒളിപ്പിച്ചിരിക്കുന്നു കവി. ഒറ്റച്ചരടിൽ കൊരുക്കേണ്ട മാനുഷൻ, ജാതിമത ഭേദങ്ങളെ കൂടുതലായി മുറുകെപ്പുണരുകയാണോ എന്ന സംശയം ഉയരുന്ന സമകാലിക പശ്ചാത്തലത്തിൽ സ്നേഹത്തിന്റെ യഥാർത്ഥ മൂല്യം തിരിച്ചറിഞ്ഞു കൊണ്ടാണ് കവി കഷ്ടമിതെന്നിനി മാറിടും എന്ന ചോദ്യചിഹ്നം ഉയർത്തുന്നത്.

ഈ പുസ്തകത്തിലെ 'തകർന്ന സ്വപ്നം' എന്ന കവിത തത്ത

കളുടെ സ്വപ്നങ്ങളെ പകർത്തിയിരിക്കുകയാണ് കവി.

'അങ്ങു നഭസ്സിൽ പറന്നു ചെന്നെത്തണ-
മിങ്ങോട്ടു കൈകോർത്തു പോരേണ മന്തിയിൽ
അർക്കനെ ചെന്നു പിടിക്കണം, താരകൾ
പാർക്കുന്ന വീട്ടിലും കേറിയിറങ്ങണം...' എന്നു തുടങ്ങുന്ന വരികളിൽ പ്രണയത്തിന്റെ പാരമ്യതയിൽ ചുറ്റുമുള്ള ലോകം വിസ്മരിക്കുന്ന ഇണക്കിളികളെക്കാണാം. എന്നാൽ ഒടുവിൽ ഇണയെ നഷ്ടപ്പെട്ട കിളിയുടെ ദുഃഖം അനുവാചകനേയും പിടികൂടുന്നു.

'വൃദ്ധസദനം' എന്ന കവിത ഇന്നിന്റെ യഥാർത്ഥ്യത്തെ തുറന്നു കാട്ടുകയാണ്.

'പോയ് വരട്ടെ,യിനിയും വരാ- മെല്ലാം
ഭേദമായിടും സുഹൃത്തേ
എന്നു പറഞ്ഞത്ര പേർ പോയി-
പിന്നീടു വന്നു കണ്ടിട്ടില്ല വീട്ടിൽ'

എന്ന വരികൾ ഒരോ വൃദ്ധജന്മത്തിന്റെയും ഉള്ളിലെ ആശങ്കയാണ്. അതിനു ജാതിമതദേശഭേദമില്ല.

പ്രവാസിയുടെ ചിന്തകൾ, തയ്യൽക്കാരനും തുടങ്ങിയ കവിതകളിലൊക്കെ കീച്ചേരിൽ ശങ്കരപ്പിള്ള എന്ന കവിയുടെ നിരീക്ഷണ പാടവം നമുക്കു കാണാം. ദുർഗ്രഹമായ വാക്കുകളും പ്രയോഗങ്ങളുമല്ല, ഏറ്റവും ലളിതമായ രചനാവൈഭവമാണ് ഈ കവിതകളിലെമ്പാടും നമുക്കു കണ്ടെടുക്കാൻ സാധിക്കുക.

അനുവാചകരെ നിരാശപ്പെടുത്തില്ല സ്നേഹശാസ്ത്രത്തിലെ കവിതകൾ. അവ യഥാർത്ഥസ്നേഹത്തിന്റെ മൂല്യത്തെ തിരിച്ചറിയാൻ വായനക്കാരെ സഹായിക്കുമെന്നതിൽ സംശയമില്ല.

○○

ഒന്ന്

പതിവ്രത

എൻ ഹൃദന്തത്തിൽ വികസ്വരമായൊരു
പൊൻ പനീർ പുഷ്പമെ വെൽവൂ താക!
നിൻ മണമുന്മത്തമാക്കുന്ന നിൻ മണം
നിൻ ഹൃദയത്തിൽ നിന്നുത്ഭവിപ്പൂ.

നിത്യവും ഹൃത്തിൽ വിടരുന്നു നീ- മമ
സത്യസൗന്ദര്യമേ മാധുര്യമേ
ബ്രഹ്മാവിനേയും മയക്കിടും ജീവിത-
ചിത്രമേ നീ മനം സ്വർഗ്ഗമാക്കി.

പണ്ടു പൂമൊട്ടായിരുന്നു, ഹാ എന്താണീ-
മണ്ഡലമെന്നു ധരിച്ചു സഖേ?
കണ്ടു കൊതിക്കുവാനാളില്ലയെന്നു ഹാ-
യിണ്ടലുപൂണ്ടങ്ങിരുന്നുവോ നീ?

മറ്റുള്ളവർ വിടർന്നപ്പോഴസൂയയാൽ
ചുറ്റും വിടരുവാനാഗ്രഹിച്ചോ?
എങ്കിലും നീയറിയാതെ നിൻ സൗന്ദര്യ-
സങ്കല്പമെല്ലാം സഫലമായോ?

നീയന്നു പൂവായ് വിരിഞ്ഞില്ലതിൻ മുൻപെ
വണ്ടുകൾ തേനുണ്ണാൻ വന്നിരുന്നു.
ബാഹുക്കളാൽ നിന്നെയൊന്നമർത്തീടുവാൻ
ദാഹിച്ചു ദാഹിച്ചു വന്നിരുന്നു.

സ്നേഹശാസ്ത്രം

എന്തു നിരാശ വിചാരങ്ങളാലവർ
ചിന്തയിലാണ്ടു മരിച്ചു പോയി.

ഇന്നു നീ പൂവായ് വിരിഞ്ഞു, നിൻ തൂമണം
മന്ദവാനാക്കി മയക്കിടുമ്പോൾ
സൗന്ദര്യമാകെയൊന്നാസ്വദിക്കാൻ ചെറു-
ചന്ദനപ്പൊട്ടൊന്നണിയിയ്ക്കുവാൻ,

'നിന്റെ ദളത്തിൽ തൊടുകില്ല മൽക്കരം
നിന്നെ ഞാനൊട്ടും ചതിയ്ക്കയില്ല'
എന്നു ഞാനെത്ര പറഞ്ഞുകരഞ്ഞു- നീ
സുന്ദരിയല്ല, പറഞ്ഞതെന്തേ?

'നിങ്ങൾ പറിച്ചു മണത്താലെറിഞ്ഞിടും,
നിങ്ങൾ ചെയ്യുന്നതോയിത്രമാത്രം.
പൂവു പൂവായ് വിരിഞ്ഞാലാപ്പൂച്ചെടി,
പൂവു പൂവായ് കൊഴിഞ്ഞു പോയാൽ,
ഞാൻ ജനിച്ചതു ധന്യമായ് ധന്യമായ്,
ഞാൻ പറഞ്ഞിടും നൂറുവട്ടം.'

എൻ ഹൃദന്തത്തിൽ വികസ്വരമായൊരു,
പൊൻപനീർ പുഷ്പമെ വെൽവൂതാക!
നിൻ മണമുന്മത്തമാക്കുന്ന നിൻ മണം,
നിൻ ഹൃദയത്തിൽനിന്നുത്ഭവിപ്പു....

രണ്ട്

വളർത്തുമകൾ

നീ വിടർന്നില്ലധരം വിടർത്തിയി-
ല്ലെന്റെ സങ്കല്പ ബീജംനശിച്ചുപോയ്
ഇല്ല കേൾക്കില്ല മേലാൽ പികഗീതി-
യില്ല ചാരത്തു വന്നിരിക്കില്ലിനി.

നിന്റെ മേനിയിൽ ഭാസ്വൽക്കറോരാംശു-
വില്ല- മേലിൽ പതിയ്ക്കില്ലയെങ്കിലും,
നീ ലയിച്ചു പോം മണ്ണിൽ, മന്ദ്രസ്വരം-
കേൾക്കുകില്ല, കരയില്ല മാനുഷർ.

വേണ്ട- ക്ഷീണിക്ക വേണ്ട പൂമ്പാറ്റകൾ,
വന്നു വീശും നിന്റെ തോഴിമാരെപ്പോഴും,
ഇല്ല മേലിൽ വരില്ലവർ കാമുകർ,
നിന്റെ സൗന്ദര്യമൂറ്റിക്കുടിക്കുവാൻ.

ഇല്ല പരിരംഭണം ചെയ്യില്ല
നിന്നെവന്നു തലോടുകയില്ലിനി,
നിന്റെ ചുറ്റും കരഞ്ഞുനടക്കുമ്പോ
ഴെന്തുചെല്ലണം സാന്ത്വന വാക്കുകൾ?

ഞാൻ വരില്ല തൃണചരണം മാറ്റുവാ-
നെന്റെ വാടീലിറങ്ങില്ലൊരിയ്ക്കലും.
അന്തിവാനിൻെറ കോണുപോൽ യിതാ-
യെന്റെ മുൻപിൽ കിടക്കുന്നു നീരവം.

സ്നേഹശാസ്ത്രം

മഞ്ഞുതുള്ളിയാൽ മാല ചാർത്തീടുവാൻ
പൊന്നുഷസ്സു വിളിച്ചുണർത്തില്ലയോ?
നിന്റെ ചുറ്റിനും വന്നെന്റെ പൈങ്കിളി
പാടുകില്ലയോ? നീയുണരില്ലയോ?

നിന്റെ നൂറു ദളങ്ങളുയരുകിൽ
എന്തു നല്ലോരു സൗരഭം, സന്ദേശം
ഇപ്രപഞ്ചത്തിലാകെ പരന്നുപോം
നിന്റെ സാകല്യമെന്തൊരു സായൂജ്യം!

പട്ടുസാരിയാൽ മൂടിയ നിൻ മുഖം
ചെറ്റു വിടർത്തി നീ പുഞ്ചിരിയ്ക്കുമ്പോഴും
നിന്മനം നീറിക്കരഞ്ഞിടുന്നേരവും
നിന്നെത്തലോടിടും മുത്തച്ഛനെപ്പൊഴും.

ഞാനെന്തു ചൊല്ലണം സാന്ത്വന വാക്കുക
ളോർക്കുക വയ്യ! ഹാ! ദുസ്തനാവുന്നു ഞാൻ
എന്റെ ദൂനമകറ്റുക നീ മമ-
സ്വേദമൊന്നു തുടയ്ക്കു കരങ്ങളാൽ.

മൂളിപ്പാട്ടുകൾ പാടിമയക്കുവാൻ
നിന്നെയുമ്മ വയ്ക്കാനാണയുമ്പോഴും,
ഇഷ്ടമില്ലാതെയാട്ടും സദാഗതി-
നിന്നെയാകെത്തകർത്തവൻ കാമുകൻ!

നീ വരൂ എൻ പൊൻപനീർ പുഷ്പമേ,
എൻ മെത്തയിലൊന്നിച്ചുറങ്ങിടാം
ഹോ! മരിച്ചു- ലയിച്ചു പോം മണ്ണിൽ നീ,
എൻമകളാണു വളർത്തുമകളാണു നീ!

മൂന്ന്

സ്വർഗ്ഗത്തിലേക്ക്

എന്തൊരുമൂകത വേദന ചിന്തകൾ
തല്ലിത്തകർക്കുന്നു വൻമതിൽ- മാനസം.
ഭൂതകാലത്തിന്റെ യേടുതിരിച്ചു ഞാൻ
മാനസം നീറിപ്പുകയുന്നെരിയുന്നു.

ഇല്ല പരിചയമില്ലായിരുന്നു- ഹാ!
അല്ലലിന്നായി പരിചയപ്പെട്ടുവോ?
ഞാനന്നു നീട്ടിയെൻ കൈകൾ - സ്നേഹത്തിന്റെ-
യാഴിയിൽ പതിച്ചു- കുതിച്ചു തിരകളിൽ

എന്റെടുത്തുണ്ടായിരുന്നവളിന്നലെ
യെന്തു കഥകളുരുവിട്ടു ചൊല്ലി ഞാൻ.
പണ്ടൊരുമിച്ചു കളിച്ചു നടന്നതും,
പാഠശാലയിൽ കൈകോർത്തു പോയതും,
പച്ചക്കിളിയെ പിടിച്ചിട്ടടച്ചതും
പച്ചരിച്ചോറുവിളമ്പിക്കൊടുത്തതും.
എന്തു കഥകളുരുവിട്ടു ചൊല്ലി ഞാ-
നെന്റെ മാലാഖയോടു- നിർഭാഗ്യവാൻ.

കാലചക്രം തിരിഞ്ഞു- തിരിഞ്ഞു നൽ-
ക്കാലമൊക്കെയുമൊക്കത്തിലാക്കി നീ,
സാരിയുടുത്തു കണ്ണാടിയ്ക്കു മുൻപിലായ്
നൂറു നൂറായിരം നേരമിരുന്നു നീ.
സൗന്ദര്യമാകെയൊന്നാസ്വദിക്കും സ്വയം -
സൗന്ദര്യവാനെ തിരയുകയാണു നീ?

സ്നേഹശാസ്ത്രം

ഭൂതകാലത്തിന്റെയേടുതിരിച്ചു ഞാൻ
മാനസം നീറിപ്പുകയുന്നെരിയുന്നു!
അന്നവൾ വന്നു -കരഞ്ഞുപറഞ്ഞവ-
രെന്നെ കുരിശിൽ തറച്ചു പോയിന്നലെ-
ഞാനെതൃത്തു, തകർന്നു പോയാശകൾ
താളമേളം തകർക്കേണ്ട രാവുകൾ,
പണ്ടു പറഞ്ഞതു വിസ്മരിക്കില്ല- ഞാ-
നിന്നും സ്മരിയ്ക്കുന്നു നമ്മുടെ രാവുകൾ.
ഇക്കിളിക്കൂട്ടുന്ന തങ്കക്കിനാവുക-
ളത്രയും തല്ലിത്തകർത്തു മൽച്ചട്ടങ്ങൾ.

എന്റടുത്തേക്കൊന്നടുത്ത വളെന്തൊരു-
കിക്കിളി- കയ്യാൽ വരിഞ്ഞുമുറുക്കിയോ?
ചെഞ്ചുണ്ടു തമ്മിൽപ്പറഞ്ഞു കഥകളൊ-
രിക്കിളിക്കൂട്ടുന്ന നൂറു നൂറായിരം.
ഇന്നു നീയെന്തു മരിച്ചുവോ?
(കൊന്നു വോ നിന്നെയാ രാക്ഷസൻ! നിൻ നാഥനോയവൻ?)

കള്ളം പറയില്ല വൻമതിൽ- കൂരിരുൾ,
കള്ളം പറയില്ല താരകൾ വാനവും.
ഞാനും വരുന്നു- വരുന്നു സ്വർഗ്ഗത്തിലേ-
ക്കാണു ഞാനാത്മാക്കളൊന്നായലിഞ്ഞിടാൻ!

നാല്
ജീവിതം

ജീവിതചക്രം കറങ്ങിക്കറങ്ങി യെൻ-
ജീവിതമിങ്ങിത്ര ദൂരമെത്തി.
മാനവ ജീവിതമോർക്കുമ്പോ-ഴെന്തെന്തു-
മായകൾ തിങ്ങിനിറഞ്ഞതാണ്.

നാമറിയാതെന്തു മാറ്റങ്ങൾ നമ്മുടെ,
ജീവിതവേദിയിലുൽഭവിപ്പൂ!
മോഹഭംഗങ്ങളും മോഹവും സ്നേഹവു-
മെത്ര നിരാശ ദുരാശകളും.

മാനുഷർ തമ്മിൽക്കലഹ, മസൂയയു-
മെന്തു വൈരുദ്ധ്യ?മീ ജീവിതത്തിൽ!
ഓരോ യുഷസ്സിലുമെന്തെന്നു സ്നേഹിതർ,
നവ്യമായ്, നവ്യമായുത്ഭവിപ്പൂ.
ഓരോയുഷസ്സിലുമെന്തെന്തു സ്നേഹിതർ,
ഹൃദയാന്തരാളത്തിലസ്തമിപ്പൂ!

സ്നേഹബന്ധത്തിൻ വഴിത്താരയിൽ നിങ്ങ-
ളോർമ്മയാം നെയ് വിളക്കു കൊളുത്തുമോ?
ആണ്ടിലൊരിക്കലതെങ്കിലും കത്തിക്കി-
ലാണ്ടുപോകില്ലയീ സ്നേഹബന്ധങ്ങളും.

അഞ്ച്

കുയിലിനോട്

കുയിലിൻ കൂവലു കേട്ടപ്പോഴാ-
കുട്ടികളൊപ്പം കൂവിപ്പോയ്,
കൂ... കൂ... കൂവും കുയിലേ നിന്നെ
കൂവട്ടേയമ്പ്വാലന്മാർ.
കൂവട്ടേയമ്പ്വാലന്മാരവർ
ചൊല്ലുന്നതു നീ കേൾക്കുന്നോ?

കബളിപ്പിച്ചെന്നാണോ ഭാവം,
കൂ... കൂ... കൂവുകയാണോ നീ?
ഇനിയും മുട്ടയിടാനായ് വന്നാൽ,
കനിവുണ്ടാവില്ലോടിയ്ക്കും.
പറയും ഞങ്ങൾ- കാക്ക വരട്ടെ,
പറയും, കൂട്ടിൽ കേറല്ലേ.
കാകൻ കൂടതിലില്ലാഞ്ഞിട്ടും,
കൂട്ടിൽ മുട്ടകളിട്ടില്ലേ?
കാകൻ വന്നതു കണ്ടപ്പോൾ നീ,
കാ... കാ... എന്നു കരഞ്ഞില്ലേ?
അഞ്ചാറാഴ്ചകൾ പോയപ്പോൾ നീ,
യഞ്ചാത വിടേക്കെത്തീല്ലേ?
കാകൻ പോയതു കണ്ടപ്പോൾ നീ,
കൂട്ടിൽക്കയറിയിരുന്നില്ലേ?
കൂട്ടിൽക്കയറിയിരുന്നപ്പോൾ നീ,
മുട്ട വിരിഞ്ഞതു കണ്ടില്ലേ?
നാളുകളഞ്ചാറായപ്പോഴവർ

കൂ... കൂ... എന്നു കരഞ്ഞില്ലേ?
കൂട്ടിൽക്കയറി വിളിച്ചപ്പോഴവർ
കൂട്ടത്തോടെ പറന്നില്ലേ?
കൂടിനു വെളിയിൽ ചെന്നപ്പോൾ നീ,
കൂ... കൂ... എന്നു കരഞ്ഞില്ലേ?
മക്കളെയൊന്നും കാണാഞ്ഞിട്ടാ-
കാക്കകൾ കേണു നടന്നപ്പോൾ
കള്ളന്മാരെപ്പോലെയിരുന്നൊരു,
കള്ളക്കൂവലു കൂവീല്ലേ?

'കബളിപ്പിച്ചേ ഞാനാ കാക്കെ -
ക്കബളിപ്പിച്ചേ കൂ... കൂ... കൂ..'

'പാവപ്പെട്ടാ കാക്കകളെ നീ
കരയിച്ചില്ലേ ചുമ്മാതെ.
പറയും ഞങ്ങൾ- കാക്ക വരട്ടെ
പറയും കൂട്ടിൽ കേറ്റല്ലേ?'

കൂ... കൂ... കൂവും കുയിലേ നിന്നെ
കൂവട്ടെയാബ്ബാലന്മാർ.

ആറ്

സ്നേഹശാസ്ത്രം

ജീവിതമോർക്കുമ്പോഴെന്തു ഭയാനകം!
(സന്തോഷ, രോമാഞ്ച, മെത്ര ധന്യം!)
ഭൂതകാലത്തിലേക്കൊന്നു കടക്കുകി -
ലെത്രെത്ര സ്വപ്നങ്ങൾ പുഞ്ചിരികൾ!

എത്ര വസന്തം കടന്നു പോയ് വാടിയി-
ലെത്ര കുയിലുകൾ പാടിയാടി.
എത്ര രാപ്പൂക്കൾ കൊഴിഞ്ഞു, പ്രഭാതത്തി -
ലെത്ര പനീർപ്പൂ വിരിഞ്ഞടിഞ്ഞു!
എന്തെന്തു ജീവിത സങ്കല്പ! മത്രയും
മണ്ണിലടിഞ്ഞു മറഞ്ഞതില്ലെ?

സ്നേഹം തരുന്നു സുഖം -
(ഭോഗമല്ലയോ മാനുഷാ മൂഢാ ധരിച്ചു കൊൾക)
ഇപ്രപഞ്ചത്തെയടക്കുവാൻ കെല്പുള്ള,
ശക്തി നിനക്കില്ലേ? കെട്ടിവയക്കൂ-
നിൻ വികാരം, നിന്നെ ഭ്രാന്തനാക്കീടുന്ന,
നിൻ വികാരം - നീ തടുത്തു നിർത്തു.

സ്നേഹിക്കുവാൻ നീ പഠിയ്ക്കുക- ചിന്തകൾ -
വാനോളമെത്തട്ടെ - നീ മഹാനായ്?
നീയാദ്യമായി പഠിയ്ക്കുകതിന്നർത്ഥ-
(മീ ലോകമെല്ലാം നിറഞ്ഞു നിൽക്കും)
സ്നേഹിക്കുവാൻ നീ പഠിയ്ക്കുക- സ്നേഹമാ-

ണല്ലോ മഹാനാക്കിടുന്നു നിന്നെ.
നിന്നിലെ സ്നേഹമെത്രയ്ക്കു വളർന്നുവോ
നീയത്രമാത്രം വളർന്നിടുന്നു
നിന്നിലെ സ്നേഹമെത്രയ്ക്കു വളർന്നുവോ,
ലോകമത്രയക്കു ഗണിച്ചിടുന്നു.

ഒറ്റച്ചരടിൽ കൊരുക്കേണ്ട മാനുഷൻ
ജാതി-മതങ്ങളാൽ വേർതിരിപ്പൂ
കഷ്ടമിതെന്നിനി മാറിടും? മാറുമ്പോൾ
മാത്രമേ നമ്മൾ സഹോദരങ്ങൾ.

ഏഴ്

തകർന്ന സ്വപ്നം

'അല്ല! നമുക്കു വിരുന്നിനു പോകണം,
കല്യാണമൊക്കെക്കഴിഞ്ഞ നാളല്ലയോ?'
ചൊല്ലി വധൂവരർ- തങ്ങളിൽ തങ്ങളിൽ
കല്യാണമൊക്കെക്കഴിഞ്ഞ പൊൻ തത്തകൾ.

'അങ്ങു നഭസ്സിൽ പറന്നു ചെന്നെത്തണ-
മിങ്ങോട്ടു കൈകോർത്തു പോരേണ മന്തിയിൽ
അർക്കനെ ചെന്നു പിടിക്കണം, താരകൾ
പാർക്കുന്ന വീട്ടിലും കേറിയിറങ്ങണം.
മാരിവില്ലിന്റെ നിറങ്ങളെ കക്കണ-
മാരോരുമില്ലാത്ത നേരത്തു പോകണം.
അങ്ങു പടിഞ്ഞാറി രയ്ക്കും കടലിലെ
പൊങ്ങി വരുന്ന തിരകളിൽ മുങ്ങണം,
പൊന്നിൻ കതിർക്കുല ചാഞ്ഞു കിടക്കുന്ന,
കന്നിയിൽ കൊയ്യുന്നപാടത്തിറങ്ങണം,
കൂട്ടിലേക്കൊന്നിച്ചുപോകേണമന്തിയിൽ,
ചാട്ടവാർ പോലെ ചിറകിട്ടടിച്ചു നാം.'

നേരം വെളുത്തു, കതിരോനുദിച്ചു പോയ്
ചാരത്തുറങ്ങിക്കിടന്ന പെൺതത്തയെ
ചുണ്ടിട്ടു കൊത്തിവലിച്ചുണർത്തീയവൻ
മിണ്ടാതെ - മിണ്ടാതെയൂറിച്ചിരിച്ചവൻ.

സ്നേഹശാസ്ത്രം

അങ്ങു പറന്നകലുന്നവർ- തത്തകൾ
ദമ്പതിമാരവരേ തൊക്കെയോതിയും,
രണ്ടു വഴിക്കാണു പോയതു- തത്തകൾ
ക്കിണ്ടലു കാണാതിരിയ്ക്കുമോ രണ്ടിനും?

അന്നു കഴിഞ്ഞു , കതിരോനുദിച്ചു പോയ്,
വന്നില്ല- വന്നില്ല- യാ ഗൃഹനായിക
ആൺ തത്ത വിങ്ങിക്കരഞ്ഞുകൊണ്ടംബരം,
നീളേ പറന്നു, പറന്നു നടന്നവൻ.

ആഴമേറും കരച്ചിലു കേട്ടുടൻ
താഴേയ്ക്കു താഴേയ്ക്കു പാഞ്ഞുപറന്നവൻ,
കണ്ടു- കൂട്ടിലിരുമ്പഴിക്കൂട്ടിലാ-
ണിണ്ടൽ പൂണ്ടു പിടയുന്നു പ്രേയസ്സി.

പൊട്ടിക്കരഞ്ഞു -കരച്ചിലു കേട്ടുടൻ
ഞെട്ടിത്തിരിഞ്ഞൊന്നു നോക്കി പെൺ തത്തയും,
'കൂട്ടിലെക്കൊന്നിച്ചുപോകേണമന്തിയിൽ,
തട്ടിത്തകർക്കു തകർക്കു കീച്ചങ്ങല.'

എട്ട്

പുത്തനുഷസ്സ്

ആയിരം പൂക്കൾ വിരിഞ്ഞു,
അതിരാ പൂക്കൾ വിരിഞ്ഞു,
ഒരു പുത്തനുഷസ്സു പിറന്നു,
അതു കണ്ടീലോകമുണർന്നു.

മുകുളങ്ങൾ കൺ തുറന്നു,
രാപ്പാടി പാടി നടന്നു.
രാവിൻ ശവദാഹ ഗാനം,
ഒരു പുത്തൻ വിപ്ലവഗാനം.

ചെഞ്ചോരയിൽമുക്കിയെടുത്തൊരു,
വർണ്ണപ്പൂ തുടിച്ചു നിന്നു.
അതിനുള്ളിലൊളിച്ചിരുന്നൊരു,
കദന കഥ പാടി നടന്നു.
കരിവണ്ടു പാറി നടന്നു.

കദന കഥ കേട്ടുണർന്നൊരു,
പുലരിപ്പെൺകണ്ണു നിറഞ്ഞു,
അതു കണ്ടു പാടി നടന്നു,
രാപ്പാടി പാടി നടന്നു.
ഒരുപുത്തൻ യുഗത്തിനായി
പടപൊരുതാനിറങ്ങു നമ്മൾ.

ഒമ്പത്

എങ്ങു പോയ്

എങ്ങുപോയെങ്ങു പോയ്,
എങ്ങുപോയ് പണ്ടത്തെ,
ഓണത്തല്ലും, പൂവിളിയും.

പച്ചപ്പനന്തത്ത കൈ കൊട്ടിപ്പാടിയ
പച്ചിലക്കാടുകളെങ്ങു പോയി?
പണ്ടു പൂങ്കാറ്റു ചൂളമടിച്ചൊരു,
ചില്ലിമുളം കാടിന്നെങ്ങു പോയി?
കാട്ടുമൃഗങ്ങൾക്കുംരക്ഷയില്ലാതായി,
കാടുവെട്ടുന്നീരാക്ഷസന്മാർ

നമ്മുടെ പുണ്യനദികളിലെല്ലാം
പുണ്യാഹമെന്നു ധരിച്ചു നമ്മൾ
ഈ മണ്ണിനെന്നും കുളിർ ചേലചുറ്റി
പുതപ്പിച്ചു നിന്നു പുഴയു മാറും.
ആചേലമേലേവിഷംകുടഞ്ഞിട്ടിന്നു
നമ്മളെക്കൊല്ലുന്നു ഫാക്ടറിക്കാർ.

ഇന്നു നാമാകെശ്വസിക്കും വിഷമയ,
വായുവീനമ്മളെ രോഗിയാക്കും.
എന്തിന്നു നമ്മുടറബിക്കടൽ പോലു-
മാകെ വിഷമയമാക്കി മാറ്റി.

സ്നേഹശാസ്ത്രം

ഇങ്ങനെ നമ്മുടെ നാടുമുടിയുന്ന
തെങ്ങിനെ കണ്ടു കഴിയേണം നാം
പാടില്ല പാടില്ലയിങ്ങനെ നമ്മളു-
മിഫല ഭൂവും നശിച്ചുപോവാൻ.

പാടില്ല പാടില്ലീ ചേതോഹര ഭൂമി,
മാറ്റുവാൻ- പുത്തൻ ശവപ്പറമ്പായ്.
മാറില്ല- മാറ്റില്ല നമ്മളൊന്നായ് പുത്തൻ,
ശക്തിയായ് മാറുകയെൻ പ്രിയരെ.

പത്ത്

സുഹൃത്തിന്റെ ഓർമ്മകൾ

നീയടുത്തില്ലെങ്കിൽ ഞാനാര്?ഞാൻ വെറും-
പാടാത്ത തംബുരുവല്ലേ.
നിൻ മൃദുസ്പർശമേൽക്കാതെ സ്വരങ്ങളീ-
വീണയിൽ നിന്നു മറഞ്ഞു.
നിന്റെ കരാംഗുലി തൊട്ടെന്നാൽരാഗങ്ങ-
ളെത്ര പാടുന്നു നിമിഷം.
അന്നു ഞാൻ കൈകൾ പിടിച്ചിറങ്ങുമ്പോൾ നിൻ-
ഹൃത്തിലൊരെത്ര സങ്കല്പം.
നിന്റെ മനസ്സിനെനോവിക്കയില്ലഞാ-
നെന്നെത്രവട്ടം പറഞ്ഞു.

രാവിൽ നാമൊന്നായ നേരം മനോഹര-
സങ്കല്പ സൗധം പണിഞ്ഞു.
ഒന്നുമെനിയ്ക്കു തരാനായതില്ലതിൽ,
നിത്യം വ്യഥയെൻ മനസ്സിൽ.
എങ്ങോ പറന്നു നീയെന്നെയേ കാന്തമാം,
രാവിൻ പടവിലിരുത്തി.
റോസാദലങ്ങളിൽ ചിത്രശലഭികൾ,
തേനുണ്ണും നേരം കരളിൽ .
നിന്നെക്കുറിച്ചുള്ള ചിത്രം വരയ്ക്കുന്നു,
ചന്തത്തിലോമനേ നിത്യം.

പതിനൊന്ന്

ഉഷസ്സിന്റെ പിറവി

(ഒരു വയനാടൻ കാഴ്ച)

മലമുകളിൽ തിരനോട്ടം,
മാനത്തൊരു തേരോട്ടം,
വെള്ളിനൂൽ നീരോട്ടം
കാടാകെ തീവെട്ടം.

മലമൂടി മഞ്ഞാലെ
മലമുടിയിൽ മഴവില്ലായ്,
പച്ചിലക്കാടുകളിൽ
നിഴലാട്ടം - തിറയാട്ടം.

മലമുടിയിൽ കുട ചൂടി,
നിൽക്കുന്ന വെൺമേഘം
പല വേഷം പൂകുമ്പോൾ
കാണാമൊരു പ്രണയകഥ.

വന്നല്ലോ പൂങ്കാറ്റെൻ
പുന്നെല്ലിൻ മണമേന്തി -
പത്തായപ്പുരയെല്ലാം,
നിറയട്ടെ - നിറപറയാൽ .

കാടോടക്കുഴലൂതി
നാടാകെപ്പാട്ടായി,
ഉണരുണരുമാളോരേ-
പുത്തനുഷസ്സ് വരവായി

പന്ത്രണ്ട്

വൃദ്ധസദനം

മരണമെൻ പടിവാതിൽ വന്നു
നിൽക്കുന്നു ഞാ-
നിപ്പോൾ വരുന്നില്ല ചൊല്ലി.
ഒത്തിരികാര്യങ്ങളുണ്ടു ചെയ്തീ
ടുവാ-
നെൺപതു പ്രായമെന്നാലും.

എത്രയോ നേർച്ചകൾ ദീർഘാ
യുസിന്നായ്-
നേർന്നു ഞാനമ്പലം തോറും
മരണം സുനിശ്ചിതമെന്നറിഞ്ഞിട്ടു
മെ-
ന്നാഗ്രഹമായുസ്സു നീളാൻ!

കട്ടിലിൽ മൂടിപ്പുതച്ചു കിടന്നിമ -
പൂട്ടിക്കിടന്നോർത്തു പോയി.
(കട്ടിലും ഞാനുമായെത്രയോ കാലമായ് വിട്ടുപിരിയാ സഖാക്കൾ!)

ഞാനാര്? എന്റെ ബന്ധുക്കളാ
രെന്നു ടെ-
സ്നേഹിതന്മാരൊക്കെയാര്?
എല്ലാ മറിഞ്ഞു ഞാനീക്കിടപ്പിൽ എന്റെ,
ദുഃഖങ്ങളെന്റേതു മാത്രം.

സ്നേഹശാസ്ത്രം

എത്രയോ പേർ വന്നു, ദുഃഖം തളം
കെട്ടി-
നിന്നെൻ കിടപ്പുമുറിയിൽ,
'സാരമില്ലെല്ലാം കുറഞ്ഞിട്ടും വേഗ-
മെണീറ്റു നടന്നിടും നൂനം.

'പോയ് വരട്ടെ, യിനിയും വരാ- മെല്ലാം
ഭേദമായീടും സുഹൃത്തേ!'
എന്നു പറഞ്ഞെത്ര പേർ പോയി-
പിന്നീടു
വന്നു കണ്ടിട്ടില്ല വീട്ടിൽ.

മക്കളോ? ജോലിയുള്ളോരവർ
ക്കാർക്കുമേ-
വന്നു കാണാനില്ല നേരം.
ഫോണിലോരോമണിക്കൂറിലും
കേട്ടു ഞാ-
നന്വേഷണങ്ങൾ തൻഘോഷം!

പിന്നെക്കുറഞ്ഞവ കൂടിയിടവേളക-
ളന്വേഷണം - സഹതാപം!
ഹോംനേഴ്സുവന്നന്ന നാൾ മുതലാ
രുമേ-
വന്നടുത്തിട്ടില്ലരികിൽ.

കണ്ണല്പമൊന്നു തുറന്നൊന്നു
നോക്കി ഞാൻ-
കണ്ടൊരു കാഴ്ചയോ കഷ്ടം.
'ഞങ്ങളെ വിട്ടിട്ടു പോകയോ?'
യെന്നലർ-
ച്ചാർത്തു കരയുന്നു മക്കൾ!

കേട്ടു ഞാൻ, പയ്യെപ്പറയുന്നു-
കേട്ടെന്റെ-

നെഞ്ചകം നീറിപ്പുകഞ്ഞു.
'അച്ഛൻ മരിച്ചു കഴിഞ്ഞാലെൻ
ഭൂമി ഞാൻ-
വില്ക്കും കണവന്റെയിഷ്ടം'
'അമ്മ മരിക്കും മുൻപെന്നോടു
ചൊന്നതാ-
ണീ ജംഗമങ്ങളെനിക്ക്.'

കലഹത്തിനായുള്ള ലക്ഷണം
കണ്ടു ഞാൻ,
കണ്ണുകൾ വീണ്ടുമടച്ചു.

നാട്ടുകാർ ബന്ധുക്കളെല്ലാവരും
വന്നു,
നിൽക്കുന്നു കട്ടിലിൻ ചാരേ,
ഭാര്യമരിച്ചഞ്ചു കൊല്ലമായ്,
സ്വർഗ്ഗത്തിൽ-
നിന്നു വിളിയ്ക്കുന്ന പോലെ.

പെട്ടന്നു കൈകാട്ടി ഞാൻ വിളി
ച്ചെന്തിന്നു,
നീ പടിവാതിൽ നിൽപ്പൂ.
മരണമെൻ കയ്യിൽപ്പിടിച്ചു- 'ഞാൻ പോകട്ടെ'
വരുവാനൊരാഗ്രഹം വീണ്ടും.

പതിമൂന്ന്

പ്രവാസിയുടെ ചിന്തകൾ

ഞാനെത്രകലെയാണെങ്കിലുമെന്നുടെ-
കൂടെ കിടാങ്ങളുണ്ടെന്നും.
എന്റെ മനസ്സിലെ ക്യാൻവാസിലാദ്യം ഞാൻ
കുത്തിക്കുറിച്ച ചിത്രങ്ങൾ.

എന്നോർമകളോടിയെത്തുന്നുനിത്യവും,
എന്നിൽ കുളിരലനെയ്യാൻ.
പൂന്തോപ്പിലെ പൂ പറിച്ചതും പൂവിലെ
തേനൂറിയൂറിക്കുടിച്ചതും.
പൂമ്പാറ്റയെ പോയ്പ്പിടിച്ചതുംപൂഞ്ചിറ-
കൊന്നു പിടഞ്ഞു -കരഞ്ഞതും.

പിച്ച നടന്നു നടന്നു നീ- പിച്ചക
വള്ളിക്കുടിലിലൊളിച്ചതും.
എൻ മനമാകെ പിടയുന്ന നേരത്തു
കള്ളനെപ്പോലെ ചിരിച്ചതും.
അമ്മതൻ മാറിലണഞ്ഞു ചിണുങ്ങിക്കൊ-
ണ്ടമ്മിഞ്ഞപ്പാലു കുടിച്ചതും.
എൻമടിത്തട്ടിൽക്കയറിയിരുന്നെന്റെ,
താടിരോമങ്ങൾ പിഴുതതും.
എന്റെ കവിൾത്തടമാകെ തഴുകിയൊ-
രോമന മുത്തം പകർന്നതും.
എന്റെ മനസ്സിലെ നിശ്വാസമേറ്റേറ്റേൻ

മാറിൽ മയങ്ങിക്കിടന്നതും.
എൻ ജീവിതത്തിതിന്നൊരർത്ഥംപകർന്ന വ
രല്ലയോയെൻ പൊൻ കിടാങ്ങൾ.
ഞാൻ കണ്ടു നിർവൃതിക്കൊള്ളുന്നെന്നുണ്ണികൾ,
നൽകുമീ മോഹനചിത്രം.

പതിനാല്

തയ്യൽക്കാരൻ

പിച്ചിലയാൽ നാണം മാറ്റിയ
ആദം നിൻ പൂർവ്വികനല്ലേ,
നീയെന്നെ സമൂഹത്തിങ്കൽ
ഉന്നതനായ് മാറ്റീടുന്നു.

അളവെന്നിലെടുക്കുന്നേരം
രോമാഞ്ചം കൊണ്ടൊരു നാളെ
ഓർക്കുന്നു ഞാനിന്നെന്നും
നീയല്ലേ തയ്യൽക്കാരൻ!

കരി തന്നുടെ തുമ്പികൈയ്യിൽ
കുത്തി നീ - മുനയാൽ സൂചി
അക്കഥ ഞാൻ കേട്ടൊരു നേരം
കാണാനോ കൊതിയായെന്നും.

നീതുന്നും കുപ്പായങ്ങൾ,
മാറ്റുന്നെൻ പദവി, സ്വഭാവം!
നൽ സ്ഥാനമതേകുന്നെന്നും,
ഇന്നാട്ടിലെ മാളോർക്കിടയിൽ

നീ തുന്നിയ കുപ്പായങ്ങൾ
അജ്ഞാതനെയറിയാനായി
പച്ചപ്പിൻ ഭംഗിയെഴുന്നൊരു,
കുപ്പായമി നാടിൻ ഭംഗി.

തോളത്തൊരു ടേപ്പും തൂക്കി,
കയ്യിലൊരു കത്രികയുമായ്
നിൽക്കുന്ന നീയല്ലേയെൻ
നാട്ടാരുടെ തയ്യൽക്കാരൻ!

പതിനഞ്ച്

സത്യം

പൊന്നു പൂശിയ മാല
നിഷ്പ്രഭം പകൽനേരം
രാത്രിയിൽ പ്രകാശത്താൽ
ഉജ്ജ്വലത്തുകളാവും.

പകലിൽത്തിളങ്ങുന്ന
മുത്തല്ല സത്യം, വജ്ര-
ക്കല്ലാണു പകലും രാവും
ഒരു പോൽ പ്രകാശിയ്ക്കും

അസത്യമിശ്രമാം സത്യം
ആകർഷിക്കും മനുഷ്യരെ
കളങ്കരാഹിത്യത്തി-
ന്നാകർഷണമില്ലപോൽ?

സത്യത്തേക്കാള സത്യത്തി-
നാണു സ്ഥാനം ജനങ്ങളിൽ
സത്യമുരച്ചാൽ നേട്ടങ്ങൾ
നശ്യമാമെന്നു ഭീതിയാം.

എന്തിനും കള്ളം ചൊല്ലി
എന്തിലും കള്ളംകാട്ടി
സംതൃപ്തി - സമ്പത്തും നീ
സമ്പാദിയ്ക്കുവാൻ നോക്കും.

വെടിയു നിൻ ദുഷ്ചിന്തകൾ,
വെടിയു നിൻ മോഹങ്ങൾ
വരുവാൻ നീ പ്രയത്നിയ്ക്കു
ലോകമാകെയും ശാന്തി!

പതിനാറ്

പരാജിതൻ

അന്നാദ്യമായ് കണ്ട നേരം നിന്നുടെ
ചുണ്ടിലെപ്പുഞ്ചിരി കണ്ടു.
പുസ്തകത്താളിലെ ചിത്രങ്ങൾ നോക്കി,
നടന്നു നീ കണ്ണാലൊന്നെന്നെ നോക്കി.
ആളെല്ലാം പോയപ്പോഴാരുമറിയാതെ,
നിൻ ചിത്രമെന്തിന്നു തന്നു.

വിദ്യാലയത്തിൻ പടിയിറങ്ങുമ്പോൾ നിൻ-
കണ്ണുകളെന്തിന്നുഴന്നു.
നീയുംഞാനുമൊന്നാകുവാനാശിച്ചു,
നിഷ്ഫലമായതു തീർന്നു.

നിൻമുടിക്കെട്ടിലെ, നിത്യം വിടരുന്ന
പൂവിൻ മദാലസ ഗന്ധം.
എൻ കരളിന്നുള്ളിലെത്തി നിൻസാമീപ്യം
വന്നറിയിയ്ക്കുന്നു നിത്യം.

കാലം കടന്നെന്റെ പൂന്തോപ്പിലെത്രയോ
റോസാദലങ്ങൾ വിരിഞ്ഞു.
നിൻ ക്ഷണപ്പത്രികകണ്ടെന്റെകണ്ണുക-
ളെത്രയോ വട്ടം കരഞ്ഞു.

നീയറിഞ്ഞില്ലെന്നെ,ഞാനറിഞ്ഞെങ്കിലും,
നിൻ മന്ദഹാസം വെറുതെ
ഇന്നു നിൻ ചാരത്തു നിൽക്കുന്നു
ഞാൻ- പക്ഷേ,
പണ്ടു കാണാത്തൊരു ഭാവം.
നിന്നെയറിഞ്ഞു ഞാനിന്നംഗനയുടെ,
സത്യമാമർത്ഥമറിഞ്ഞു.

പതിനേഴ്
സ്വപ്നനിർവൃതി

ഞാനൊരു യാത്രക്കാരൻ, രാജ്യസേവകന്റെ-
നാടിന്റെ വികാസത്തിലാനന്ദിയ്ക്കുവോനെന്നും.
ഞാനൊന്നു മയങ്ങിപ്പോയ് (യാത്രനീണ്ടൊരു യാത്ര)
ഞാനതിൽ സന്തോഷിച്ചു, എത്രസുന്ദരം ലോകം!

എന്റെയീ നാടിൻ മക്കൾ- സോദരർമണ്ണും വിണ്ണും കുമ്മിയാടുന്നു,
ശാസ്ത്രം വിജയിയ്ക്കുന്നു നിത്യം.
ഞാനതിൽ സന്തോഷിപ്പോനെത്രസുന്ദരം ലോക-
മാനയുമമ്പാരിയും പോയ് മറഞ്ഞുവോ പോട്ടെ!

കണ്ടു ഞാൻ- സന്തോഷിപ്പൂ കയ്യോ
ടു കൈ കോർത്തെന്റെ,
സോദരർ നൃത്തം ചെയ്വൂ താള
മേളത്താൽ ഹാ! ഹാ!
എന്തു സുന്ദരം നൃത്ത,മെന്തു സുന്ദരം ലോകം,
യാത്രയിലുണരാതെയെന്നു മങ്ങിരുന്നെങ്കിൽ?

അറിയാതുണർന്നു പോ,യമ്പരന്നുപോയൊരു .
മറിയാതാത്മാവിനെ ശപിക്കാൻ തോന്നിപ്പോയി,
നൃത്തമല്ലിതുയുദ്ധം, കേട്ടു ഞാൻചിലമ്പൊലി
കേട്ടതു മരണത്തിൻ മക്കൾ തന്നാർത്ത സ്വരം.

സ്നേഹശാസ്ത്രം

ഓർത്തു പോയറിയാതെ പണ്ടോരോകുറിച്ചിട്ടൊ-
രാഗ്രഹ,മ പ്രാപ്യമാമാഗ്രഹ- (മെന്നും സ്വപ്നം)
'ലോകമേ തറവാട്, എനിക്കി ചെടികളും,
പുൽകളും, പുഴുക്കളും കൂടിത്തൻകുടുംബക്കാർ!'

പുഴയും മേടും കാടും, തഴുകി താലോലിച്ചെൻ,
നാടിനെയുറക്കുന്ന മന്ദമാരുതനെന്നും,
സ്വാഗതം സോദരാ സ്വാഗതം!നീയന്നെന്നും-
വരികയുറക്കുവാ- നൊന്നു ഞാൻമയക്കട്ടെ.

പതിനെട്ട്

ആദിവാസികളുടെ മോഹം

അടിമച്ചങ്ങല പൊട്ടിച്ചെറിയാൻ,
അടിയങ്ങൾക്കൊരു മോഹം- പക്ഷേ,
അടിമകളാക്കിക്കഴിയാനാണീ
അധികാരികൾക്ക് മോഹം.

ഒരു പനയോല വച്ചു മറച്ചൊരു
കുടിലുണ്ടാക്കാനായി
ഒരു പിടി മണ്ണിന്നവകാശികളായ്
മാറാനൊരു ചെറുമോഹം.

പട്ടിണിയും പരിവട്ടവുമായി
കഴിയുന്നെന്നും ഞങ്ങൾ
ഒരു ചാൺ വയറു നിറയ്ക്കാനായി
ട്ടാഗ്രഹമുള്ളോർ ഞങ്ങൾ!

ആദിവാസികൾ ഞങ്ങൾ- എന്നും
ആദി മനുഷ്യരെ പോലെ
മായാലോകം തീർക്കുന്നവരീ-
ഞങ്ങളെയെങ്ങിനെ കാണാൻ.

അക്ഷരമൊന്നു പഠിക്കാനായി
സ്കൂളുകൾ ഞങ്ങൾക്കില്ല.
ഞങ്ങടെ കുട്ടികളക്ഷരമറിയാ-
തടിമകളെ പോലായി.

സ്നേഹശാസ്ത്രം

ഒന്നു വേണ്ട തല ചായ്ക്കാനായ്
ഒരു പിടി മണ്ണു തരാമോ
ആറടി മണ്ണിന്നവകാശികളായ്
എന്നിനി ഞങ്ങൾ മാറും.

ഇവിടീ മണ്ണിൽ ജീവിക്കാനായ്
ഞങ്ങൾക്കൊരു മോഹം
ആ മോഹങ്ങൾ വെടിയുണ്ടകളാൽ
തകർത്തീടല്ലേ നിങ്ങൾ.

പത്തൊമ്പത്

അമ്മ

എന്താണെനിക്കന്നു വാശി? അറിയില്ല,
അമ്മതാനെന്നെ കുളിപ്പിക്കണം.
രാവിലെ ഭക്ഷണമെന്നമ്മ നൽകണം,
ചോറുവാരിത്തരാ നമ്മ വേണം.

എണ്ണ തേച്ചെന്നെ കുളിപ്പിക്കുവാനമ്മ-
യല്ലാതെയാരുമേ വേണ്ടെനിയ്ക്ക്
എന്റെ വസ്ത്രങ്ങളലക്കി വെളുപ്പിച്ചു-
തേച്ചുടയാതവയിട്ടു നൽകും.

സഞ്ചിയിൽ പുസ്തകമെല്ലാമെടുത്തമ്മ-
വയ്ക്കു,മെന്നുച്ചയൂൺ പാത്രങ്ങളും.
വൈകിട്ടു സ്കൂളിലെ വണ്ടി വന്നെത്തുമ്പോ-
ഴെന്നെയും കാത്തമ്മറോഡിലുണ്ടാം.

അമ്മയ്ക്കു നൂറുണ്ടുജോലിയടുക്കളേ-
ലെങ്കിലുമെൻ വിളിക്കോടിയെത്തും.
എന്റെ ഗൃഹപാഠമെല്ലാംകഴിഞ്ഞിട്ടാ-
ണത്താഴ, മമ്മയുരുട്ടി നൽകും.

എന്നെ കിടത്തിയുറക്കിയ ശേഷവു-
മമ്മയ്ക്കടുക്കളേൽ ജോലിയേറെ,
എപ്പോൾ കിടക്കുന്നുവെന്നറിയില്ലല്ലോ,
സുപ്രഭാതത്തിലുണർന്നെണീയ്ക്കും.

സ്നേഹശാസ്ത്രം

അമ്മ കഴിച്ചുവോ?യെന്നു തിരക്കു വാ-
നാരുമില്ലച്ഛനുമില്ലെനിയ്ക്ക് .
ഒന്നിനുമില്ല പരിഭവമെപ്പോഴും
ഹൃദ്യമാം വാക്കുകൾ മാത്രമല്ലേ?

അമ്മതന്നുള്ളം പുകഞ്ഞതു കണ്ടുഞാൻ,
ജോലിയില്ലാതെ നടന്ന നേരം.
എത്രമ്പലങ്ങളിൽ നേർച്ചകൾ നേർന്നമ്മ
ഞാനൊരു ജോലിക്കലഞ്ഞിടുമ്പോൾ.

ഓർത്തു പോയമ്മയെ വാഴയിലയ്ക്കുള്ളി-
ലാരോ യെടുത്തു കിടത്തിയപ്പോൾ
ഞാനിനിയാരോടു സങ്കടം ചൊല്ലുവാ-
നാരോരുമില്ലെന്ന തോന്നൽ മാത്രം.

അഗ്നിനാളങ്ങളിൽ അമ്മയമരുമ്പോ-
ഴെന്നുള്ളമാകെ പുകഞ്ഞിടുന്നു.

ഇരുപത്

സ്വപ്നത്തേരിൽ

അമ്പിളിപ്പെണ്ണിന്റെ കവിളിൽ ഒരുചുടു-
ചുംബനം നൽകുവാനായി.
ഒരു സ്വപ്ന തേരിലാ കൊട്ടാര വാതിലിൽ,
ചെന്നോരു നേരം ഞാൻ കണ്ടു.
ഒരു മുയൽ കുഞ്ഞുമായമ്പിളിപെണ്ണു,
കളിച്ചു രസിച്ചിരിയ്ക്കുന്നു.

കരിമുകിൽ പർദ്ദയണിഞ്ഞൊളിയ്ക്കുന്നു നീ,
മാളികത്തട്ടിൽ ചിലപ്പോൾ.
ആരെ തിരയുന്നു പർദ്ദയ്ക്കിടയിലൂ-
ടാരാണു നിൻ മണിമാരൻ.

തൂവെള്ള സാരിയുടുത്തു നിൻനർത്തനം-
കാണുവാനോ മോഹമായി.
ഓരോ മതവുമണിയുന്ന വേഷങ്ങ-
ളെല്ലാം നിനക്കെന്തിണക്കം.

എഴുനൂറു നിലയുള്ള മാളികമുകളി രു-
ന്നമ്പിളി പുഞ്ചിരിയ്ക്കുമ്പോൾ.
വെള്ളിവെളിച്ചമീപാരിടമാകെ- ഹാ-
യെന്തു കളിർമ്മയീ രാവിൽ.

സ്നേഹശാസ്ത്രം

പിച്ചകപ്പൂക്കളും വാരി വിതറി നീ-
മച്ചിലാരെ കാത്തിരിപ്പൂ ?
'എന്നെങ്കിലും വരും മാരനീ പ്പൂക്കൾ-
കൊരുത്തൊരു മാല ചാർത്തീടാൻ'

എന്നുമഴകോടിരിയ്ക്കുന്നു നീ, കാ-
ത്തിരിയ്ക്കുന്നൊരീ ചിന്തയാലെ-
എന്നും വരും ഞാനൊരീസസ്യാവേളയിൽ,
നിൻ പാൽ പുഞ്ചിരി കാണാൻ.

ഇരുപത്തൊന്ന്

വിഷുക്കണി

വിഷു വന്നണഞ്ഞെന്റെ
മുറ്റത്തു നിൽക്കുന്ന
കൊന്നമരങ്ങളും,
പൂത്തുലഞ്ഞു.

മഞ്ഞക്കതിർ ചൂടി,
നിൽക്കുന്ന കൊന്നക-
ണ്ടെല്ലാരും ചൊന്നു,
വിഷു വരവായ്.

എന്റെയീ മുറ്റവും
ആ മരവുമൊരു
മഞ്ഞപ്പട്ടാലെ
പുതച്ച പോലെ.

കുട്ടികൾ വന്നു പറിച്ചിടും
പൂക്കളീ, പ്പൂക്കളില്ലാതെ
കണിയുമില്ല.

കൈ നേട്ടം കിട്ടുമെ
ന്നാശയാൽ കുട്ടികൾ,
രാവിലെ തന്നെ
കുളിച്ചൊരുങ്ങും.

സ്നേഹശാസ്ത്രം

മേടവിഷുവിനായ്
കാക്കുന്നു കുട്ടികൾ,
പാടാൻ വിഷുപ്പാട്ട്,
പക്ഷികളും .

ലാത്തിരിപ്പൂത്തിരി
മാലപ്പടക്കവു
മെല്ലാമായ്
സന്ധ്യ തിളക്കമേറും.

വെള്ളരിയും മറ്റെല്ലാ ഫലങ്ങളും
വേണം കണി കണ്ടു കൺ തുറക്കാൻ.
സ്വർണ്ണവും, കണ്ണാടിയെല്ലാംകരുതണം.
ഭംഗിയായ് നാളെ കണിയൊരുക്കാൻ.

ഇരുപത്തിരണ്ട്
നമോവാകം

എന്നോർമ്മയിൽ ഓടിയെത്തുന്നു
പണ്ടത്തെ-
ചേതോഹരങ്ങളാം നെൽവയൽ ക്കാഴ്ചകൾ.
എന്തൊരു കാഴ്ചചകളെന്തൊരുൽസാഹമാ-
ണെന്നുംകൃഷിയിറക്കുംദിനമൊക്കെയും.

ചക്രം ചവുട്ടി, നിലംവറ്റി, കാളകൾ
ഉഴുതുമറിക്കും നിലം, കണ്ടു നിൽ
ക്കുവാൻ.
എന്തു രസം! കൊറ്റിവന്നു വയലി
ലെ,
മത്സ്യം പിടിച്ചു പറന്നു പോം കാഴ്ചകൾ!

കുട്ടികൾ മത്സ്യം പിടിച്ചീർക്കിലിൽ
കോർത്തു-
ചാടിയോടി നടപ്പൂ വയലിലായി,
എന്തു രസം കണ്ടു നിൽക്കുവാൻ;
പിന്നെയോ,
ഞാറുനടീലായ്- നിരക്കുന്നു പെ
ണ്ണാളർ.

എന്നോർമ്മയിൽ ഓടിയെത്തുന്നു
പണ്ടത്തെ-

സ്നേഹശാസ്ത്രം

യിമ്പമേറുന്നൊരു നെൽവയൽപ്പാട്ടുകൾ-
പാടും തലയാളർ- പാടുന്ന പാട്ടുകൾ,
ഏറ്റേറ്റു പാടുന്നു- ഞാറുനടുന്നവർ.

എന്തു കൈ വേഗ - മാഞാറു നിര നിര-
യായി നിറയുന്നു- ഞാറ്റടിപ്പാട്ടുമായ്
പച്ചപ്പരവതാനി വിരിച്ചെന്നപോൽ
പാടങ്ങളൊക്കയും കാണാൻ മനോഹരം.

കർഷകനും തൊഴിലാളിയുമൊ
ന്നായി
തങ്കം വിളയിച്ച നെൽവയൽപ്പാട
ങ്ങൾ
എന്തേ തരിശ്ശായ് കിടപ്പൂ? ഇതി
ന്നൊരു
ഉത്തരം നൽകാൻ കഴിവില്ലയാ
ർക്കുമേ!

കൊയ്ത്തരിവാളിന്റെ പുഞ്ചിരി
യെങ്ങുപോയ്?
കൊയ്ത്തു പാട്ടിന്റെയാകൂട്ടായ്മ
എങ്ങു പോയ്?
കർഷകനെങ്ങ്? തൊഴിലാളിയുമെ
ങ്ങ്?
കഷ്ടമെൻ നാട്ടിൻ ഗതിയോർത്തു
ദു:ഖിതൻ!

കർഷകൻ പച്ച പരിഷ്കാരികൾ
ക്കൊരു,
തീണ്ടലുള്ളോനവനല്ലയോ നാടിന്റെ
യന്ത്രം തിരിപ്പവൻ; പാടേ മറന്നു പോയ്
നിങ്ങളും, ഞങ്ങളും നമ്മെളൊട്ടാ
കെയും!

നിങ്ങൾ വരൂ- നമുക്കൊത്തൊന്നു
പാടിടാം
പാടുന്ന പാട്ടിനാൽ പാടങ്ങൾ കൊ
യ്തിടാം,
പട്ടിണി മാറ്റിടാ മീ നാടിനെപ്പൊഴും
ശാപമായീടുന്ന പട്ടിണി മാറ്റിടാം.

കർഷകാ; നീയാണീ നാടിന്റെ
നട്ടെല്ല്,
നാട്ടിലെ പട്ടിണി മാറ്റുവോ -
(നീശ്വരൻ!)
നാടിനെ ഐശ്വര്യ സമ്പൂർണ്ണമാക്കുന്ന
നിന്നെ നമിപ്പു ഞാൻ;ഞങ്ങളും -
നിത്യവും.

ഇരുപത്തിമൂന്ന്

പാവങ്ങളുടെ രോദനം

ഓണം കഴിഞ്ഞു; പോയ് ഓണത്തപ്പനും,
ഓണപ്പുടവകൾ കിട്ടീല്ലാ.
എൻ പുര മേഞ്ഞില്ല, വൻ മഴ വന്നപ്പോൾ,
എന്നോലപ്പുരയാകെ ചോർന്നൊലിച്ചു.
ഞാനുമുറങ്ങീല. ഓനു മുറങ്ങീല
ചോരാത്തിടത്തെൻ കിടാങ്ങളായി.
പച്ചരി വാങ്ങുവാൻ ക്യൂ നിന്നു വെങ്കിലും,
എന്നൂഴം വന്നപ്പോൾ തീർന്നു പോയ്പോൽ!
കള്ളമല്ലല്ലിതു; കാണുക നിങ്ങളീ-
ഞങ്ങടെ ചോരും കുടിലു സാക്ഷി.
എങ്ങടെ പേർ പറഞ്ഞെത്രയോപാഴാക്കി,
പോക്കറ്റിലുമാക്കി വൻ പണക്കാർ
ആദിവാസിക്കു കിടന്നുറങ്ങാൻ ഭൂമി,
വാഗ്ദാനമല്ലാതെയൊന്നുമില്ല.

ഇരുപത്തിനാല്

മഞ്ഞക്കതിർ

മഞ്ഞക്കതിരുനിരന്ന വയലൊരു-
സ്വർണ്ണം വിളയുന്ന പാടമായി!
പെണ്ണാളു വന്നു നിരന്നതു കൊയ്യുവാൻ
കൊയ്ത്തരിവാളിൻ കിലുക്കമായി.

കൊറ്റികൾ വന്നു നിരന്നവയലൊരു
പട്ടുവെൺചേലയായ് തീർന്നപോലെ!
കർഷകരാഹ്ളാദനൃത്തമാടീ- വിയർ-
പ്പെല്ലാം കതിരുകളായ് നിറഞ്ഞു.

കൊയ്ത്തുപാട്ടിന്റെ രസത്താൽ വയലിനൊ-
രുത്സവച്ഛായ പകർന്ന പോലെ.
കഷ്ടവും നഷ്ടവുമെല്ലാം മറന്നൊരാ-
കർഷക ചിത്തമാമോദമാടി!

എന്റെയീ നാടിന്നു ജീവനേകും കൃഷി-
ക്കാരന്റെ ജീവിതം ധന്യമല്ലേ!

ഇരുപത്തിയഞ്ച്

കോവിഡ് നൽകിയ പാഠം

കണ്ണിൽ പെടാത്തൊരു
കോവിഡ് വൈറസിനെ
കണ്ടിട്ടു ലോകം തരിച്ചുനിന്നു.

യുദ്ധങ്ങളെല്ലാം നിറുത്തിവച്ചു; ബുദ്ധി-
കൊണ്ടുള്ള ചിന്ത തുടങ്ങി വച്ചു.

ഞാനാണു ലോകം, വലിയവൻ; ചിന്തിച്ച,
ചിന്തകളെല്ലാം പുറത്തെറിഞ്ഞു.
ലോകരാജ്യങ്ങളെ ഒന്നാകുനിങ്ങളെ-
ന്നല്ലയോ വൈറസ്സു ചൊല്ലിടുന്നു.

ആരും വലിയവനല്ലെന്ന പാഠവും
ജാതിമതചിന്ത വേണ്ടെന്ന പാഠവും
വീറ്റോ വെറും പൊള്ളയെന്നുള്ളപാഠവും
നീ തന്നെയല്ലോ പറഞ്ഞു തന്നു.

മാനവ ഗർവ്വം നശിപ്പിച്ചു നീ; സത്യം
താരാപഥമാകെ ശൂന്യമാക്കി.
അമ്പലം, പള്ളിയും മസ്ജിദുമെത്രനാ-
ളായി അടഞ്ഞുകിടന്നതില്ലേ.

'ഈശ്വരൻ മാനവഹൃത്തി'ലാണെന്നുള്ള
പാഠമിതിനാൽ പഠിപ്പിച്ചു നീ.
ഇല്ല വലിയോൻ, ചെറിയോ, നീ ലോകത്തി-
ലെല്ലാർക്കും ചോര ചെഞ്ചോര തന്നെ.
നല്ലൊരു കർഷകനാകുവാനും മർത്യ-
രെല്ലാം പഠിച്ചു പഠിപ്പിച്ചു നീ.
നിന്നെ ഭയമുണ്ടതെങ്കിലും നീ തന്ന
നല്ല പാഠങ്ങൾക്കു തന്നെ നന്ദി.

ഇരുപത്തിയാറ്
ഓടക്കുഴൽ

വണ്ടു തുളച്ച മുളംതണ്ടിൽ നിന്നൊരു;
നാദമുയർന്നു;സംഗീതമായി.
ഓടക്കുഴലിൽ പിറവിയായങ്ങിനെ
പുല്ലാങ്കുഴലായ് മുരളിയായി.

ഓടക്കുഴലിനു തൊങ്ങലിട്ടപ്പഴോ
കോടക്കുഴലായി മാറി;കണ്ണൻ-
ഗോപികമാരുടെ ഉള്ളിലെന്നും ആ-
കോടക്കുഴൽ നാദം താളമായി.

ഓടക്കുഴൽ നാദം കേട്ടാലോ ഗോക്കളാ-
കോടക്കാർവർണ്ണനെ തേടുകയായ്
ഗോപികമാരോടിയെത്തും വിളികേട്ടാൽ
കോകില കളരവ കൂജിതരായ്.

ഇരുപത്തിയേഴ്

ഉണ്ണി കണ്ട ഉത്സവം

ആനകൾ വന്നു നിരന്നു, അമ്പല-
മുറ്റത്താളു നിറഞ്ഞൂ.
വളകൾ, മാല- ബലൂണുകൾ വിൽക്കും
കടകളിലെന്തു തിരക്കായ്.

കാതുകൾ പൊട്ടും വെടിയുടെ ശബ്ദം
കതിനാ വെടിയുടെ ശബ്ദം.
നാഗസ്വരവും, തകിലുംചേർന്നൊരു
താളം തകതിമി മേളം

എല്ലാം കണ്ടു രസിച്ചു നടക്കാ-
നുള്ളിൽ മോഹമുദിച്ചു.
തൂങ്ങി നടന്നു- അച്ഛൻ കൈയ്യിൽ-
അമ്പലമുറ്റത്താകെ.

ഇരുപത്തിയെട്ട്

സന്ധ്യാംബരം

ചെങ്കൊടിയേന്തി നടപ്പൂ മേഘം
സന്ധ്യാ മേഘങ്ങൾ.
പല പല ചിത്രം വരച്ചുവയ്പൂ
അനിലൻ- ചിത്രകാരൻ.
കാൺമൂ ഗാന്ധിജി, ഇ.എം.എസ്സും
നെഹ്റു, എ.കെ.ജി.
പശ്ചിമാംബരമെത്ര മനോജ്ഞം
മായ്ക്കരുതിന്നാരും.
വിപ്ലവഗാനം പാടി പറവകൾ
കൂടുകൾ പൂകാനായ്
വരിവരിയായി പോകും കാഴ്ചകൾ
കണ്ണിന്നമൃതല്ലോ.
ഇവിടീ ഭൂവിൽ സ്വർണ്ണം വിളയാൻ
തൊഴിലാളികളുണ്ടേ
ആകാശത്തോ സ്വർണ്ണം വിളയാൻ
താരകയുണ്ടല്ലോ
അദ്ധ്വാനിക്കും തൊഴിലാളിയുടെ
കദനത്തിൻ കഥകൾ
എന്നും പാടി നടക്കുന്നു- ഈ
വേഴാമ്പൽ പക്ഷി.

ഇരുപത്തിയൊമ്പത്
കുട്ടിക്കവിത

ചക്കരമാവിലെ ചക്കര മാമ്പഴം
ചക്കരക്കുട്ടനെടുത്തല്ലോ,
മാനത്തുകാർമുകിൽ കണ്ടപ്പോൾകുട്ടികൾ
മാമ്പഴം തിന്നാൻ കൊതിച്ചല്ലോ.

തേന്മാവിൻ കൊമ്പത്തിരുന്നൊരാപൂങ്കയിൽ
മാമ്പഴം തിന്നാൻ വിളിച്ചല്ലോ.
അതു കേട്ടിട്ടണ്ണാറകണ്ണനൊരു പഴം
താഴേയ്ക്ക് ഞങ്ങൾക്കു തന്നല്ലോ.

കുട്ടികളെല്ലാരുമൊന്നിച്ചെടുക്കുവാൻ
മാഞ്ചോട്ടിലേക്കോടി പോയല്ലോ.
ചക്കരമാവിലെ ചക്കര മാമ്പഴം
ചക്കരക്കുട്ടനെടുത്തല്ലോ.

ഞങ്ങൾക്കു ഞങ്ങൾക്കെന്നോർത്തു വിളിച്ചവർ
ചക്കരക്കുട്ടന്റെ ചുറ്റുമായി.
മാമ്പഴം ദൂരേക്കെറിഞ്ഞിട്ടു ചൊന്നവൻ
'മാമ്പഴം കാക്കച്ചി കൊണ്ടുപോയി'

മുപ്പത്

സദ് ചിന്തകൾ

ഉറക്കം വരട്ടെ വരട്ടെ യെന്നോർക്കാതെ
പോകു ഉറങ്ങുവാനെന്നുമെന്നും .
വിശ്രമിയ്ക്കാനായ് തളരട്ടെ യെൻദേഹ-
മെന്നു കരുതാതെ വിശ്രമിയ്ക്കു.

കാണാംസുഹൃത്തിനെ ;യാധി വന്നീടട്ടെ -
യെന്നു നിരൂപിച്ചിരിയ്ക്ക വേണ്ട.
ഈശ്വരനെ ഭജിച്ചീടുവാനെത്തട്ടെ-
ദോഷങ്ങളെന്നു നിനച്ചിടാതെ.

പുഞ്ചിരി സൗന്ദര്യമല്ലയോ,പുഞ്ചിരി-
സന്തോഷമല്ലയോ മറ്റൊരാൾക്ക്.
എന്തിന്നു ലോഭം പിടിക്കണ മെന്നു മേ-
ദു:ഖിതനായിട്ടിരിയ്ക്ക വേണ്ട.
നല്ല മനസ്സും പ്രവൃത്തിയുമുണ്ടെങ്കിൽ
നീ വിജയിച്ചു നിൻ ജീവിതത്തിൽ

മുപ്പത്തൊന്ന്

പ്രാവ്

പ്രാവേ അഴകുള്ള പ്രാവേ- നിനക്കീ-
മേനിയഴകാരു തന്നു.
ചിറകിട്ടടിച്ചു ബഹുദൂരം പോകുവാൻ
ശക്തി നിനക്കാരു തന്നു.

നിൻ ചുണ്ടു ചായമടിച്ചു ചുവപ്പിച്ചു-
തന്ന താരാണെന്നു ചൊല്ലു.
കൂട്ടരുമായി നീയെന്നുമെൻ മുറ്റത്തു-
വന്നു വിളിയ്ക്കുന്ന താരെ?

നെല്ലും പയർ മണിയൊക്കെയുംതന്നതു-
കൊത്തിപ്പെറുക്കി നീ തിന്നു.
പിന്നെക്കുറേ ചുണ്ടിലാക്കിപ്പറന്നതു-
മക്കൾക്കു നൽകുവാനാകാം.

നീയണയുന്ന കൂടിന്നു ഞാൻ കണ്ടല്ലോ
നീയെത്ര കേമനാം ശില്പി.
എന്നും വരികെന്നരികിൽ, ഞാൻതന്നിടാം
നിന്നിഷ്ട ഭക്ഷണമെന്നും.

മുപ്പത്തിരണ്ട്

മാവേലിക്കര

'മഹാബലിക്കര' ലോപിച്ചത്രേ
മാവേലിക്കരയായ്.
നാടിൻ കഥകളിതെന്തായാലും
നന്മ നിറഞ്ഞയിടം.

മാനവ സംസ്കൃതി നിറഞ്ഞു നിന്നോ-
രെൻ നാടിൻ ചിത്രം.
ഏഴാം കടലും കടന്നു ചെന്നെ-
ന്നറിയുക നാമെല്ലാം.

ഹാസ്യസമ്രാട്ടെ 'ൻസി' നായർ
ജനിച്ചൊരീ മണ്ണ്.
മറ്റൊരു 'സാമ്രാജ്' മാജിക് കുലപതി
പിറന്നൊരീ മണ്ണ്.

നാടക-സിനിമാരംഗത്തെത്ര
മഹാന്മാരെ നൽകി.
ഫ്രാൻസിസ്, നരേന്ദ്രപ്രസാദുമെല്ലാം
പിറന്നതിവിടല്ലേ ?

നാടകരംഗം നിറഞ്ഞു നിന്ന
എൽ.എൻ., പൊന്നമ്മ
കൃഷ്ണൻകുട്ടി, വേലുക്കുട്ടി
മൃദംഗ രാജാക്കൾ.

വാരണാസികൾ ചെണ്ട വിദഗ്ധർ

എല്ലാമെൻ നാടിൻ
പെരുമയുയർത്തി മഹത്വമോതി
നിൽക്കുന്നെന്നെന്നും.

'പാറപ്പുറമോ' സാഹിത്യത്തിൻ
പൊൻതൂവൽ ചൂടി.
നിറഞ്ഞു നിന്നൊരു മണ്ണാണിവിടം
മഹോന്നതം തന്നെ.

ചിത്രകലയുടെ രാജാവല്ലേ
രാജാരവി വർമ്മ
'വിദ്യാലയ "മൊരു സ്മാരകമായി
ശോഭിയ്ക്കുന്നിവിടെ.

ചെട്ടികുളങ്ങര ഭരണിവിശേഷം
കേൾക്കാത്തവരുണ്ടോ?
എന്റീ നാടിന്നഭിമാനത്തിൻ
കിരീടമീ ക്ഷേത്രം.

ഭഗവാൻ കൃഷ്ണൻ, ബുദ്ധനുമേശു-
കൃസ്തുവുമല്ലാവും
മതേതരത്തിൽ കാവൽക്കാരായ്
നിൽപ്പുണ്ടെപ്പോഴും.

1. ഹാസ്യസാഹിത്യകാരൻ എൻ.ചെല്ലപ്പൻ നായർ.
2. മജീഷ്യൻ സമാജ്.
3. ഫ്രാൻസിസ്സ് ടി.മാവേലിക്കര.
4. നരേന്ദ്രപ്രസാദ്.
5. എൽ. പൊന്നമ്മ.
6. എൻ. പൊന്നമ്മ.
7. മൃദംഗവിദ്വാൻ കൃഷ്ണൻകുട്ടിനായർ.
8. മൃദംഗവിദ്വാൻ വേലുക്കുട്ടി നായർ.
9. വാരണാസി സഹോദരന്മാർ.
10. സാഹിത്യകാരൻ പാറപ്പുറം
11. രാജാ രവിവർമ്മ

മുപ്പത്തിമൂന്ന്

ബാല്യകാലം

എന്നുമെന്നോർമയിലോടിയെത്തുന്നു ഞാ-
നോടിക്കളിച്ചോരു ബാല്യകാലം
കണ്ണൻചിരട്ടയിൽ മണ്ണപ്പമുണ്ടാക്കി
കണ്ണനു നൽകി ചിരിച്ച കാലം.

കൂട്ടരുമൊത്തു പറങ്കിമാവിൻ പഴം
കല്ലാലെറിഞ്ഞു നടന്നകാലം.
വാളൻപുളിത്തോടിലുറപ്പിട്ടുമുളകിട്ടു
ഊറിക്കുടിച്ചു നടന്ന കാലം.
മഴ പെയ്യും നേരത്തു വെള്ളം തെറിപ്പിച്ച്
കൂട്ടരെയാകെ നനച്ചകാലം.

അത്തപ്പൂക്കളം തീർക്കുവാൻ രാവിലെ
പൂവുകൾ തേടി നടന്ന കാലം.
പൂക്കളം കാണുവാൻ വീടുകൾതോറുമേ
കൂട്ടരുമൊത്തു നടന്ന കാലം.
അത്തംനാൾ മുതലത്ത പൂക്കള-
മിട്ടു മാവേലിയെ കാത്ത കാലം.

വാദ്യമേളങ്ങളുമായിട്ടു കൂട്ടരു-
മൊത്തു കറങ്ങി നടന്നകാലം.
പുത്തനുടുപ്പച്ഛനമ്മമാരിൽ നിന്നു
വാങ്ങി ധരിച്ചു നടന്ന കാലം.

ജാതി മത ചിന്തയില്ലാതെയെല്ലാരും
സോദരരെ പോലെ വാണകാലം.
പട്ടിണിയാണേലും സ്നേഹവുംധർമ്മവും,
കാത്തുസൂക്ഷിച്ചൊരു പുണ്യകാലം.

എന്നു വരുമെന്റെ നാട്ടിലൊരു കാലം
മാവേലിവാണോരു നല്ല കാലം.

www.ingramcontent.com/pod-product-compliance
Lightning Source LLC
LaVergne TN
LVHW040831051026
849519LV00007BB/2816
* 9 7 8 9 3 9 1 0 8 5 8 7 2 *